श्रावण शब्दसरी

दिलीपराज प्रकाशन प्रा.लि.™
२५१ क, शनिवार पेठ, पुणे - ४११०३०.

दिलीपराज प्रकाशनाची सर्व पुस्तके आता आपण **Online** खरेदी करू शकता.
आमच्या **Website** ला कृपया एकदा अवश्य भेट द्या. अथवा **Email** करा.
Email - diliprajprakashan@yahoo.in
www.diliprajprakashan.in

श्रावण शब्दसरी

शंकर पाटील

दिलीपराज प्रकाशन प्रा. लि.™
२५१ क, शनिवार पेठ, पुणे - ४११ ०३०.

श्रावण शब्दसरी
Shravan Shabdasari

ISBN : 978 - 93 - 82988 - 74 - 8

प्रकाशक । राजीव दत्तात्रय बर्वे । मॅनेजिंग डायरेक्टर ।
दिलीपराज प्रकाशन प्रा. लि.। २५१ क, शनिवार पेठ, पुणे ४११०३०.
दूरध्वनी क्रमांक (फॅक्ससहित)
२४४७१७२३ । २४४८३९९५ । २४४९५३१४

© **प्रकाशकाधीन**

लेखक
शंकर पाटील,
A-५, चव्हाण पार्क । मराठा कॉलनी ।
भगवा चौक । कसबा बावडा । कोल्हापूर ४१६००६.
भ्रमणध्वनी ८०८७०१६०६९

प्रथमावृत्ती । १५ मार्च २०१४

प्रकाशन क्रमांक । २१०५

अक्षरजुळणी । सौ. मधुमिता राजीव बर्वे
पितृछाया मुद्रणालय । ९०९, रविवार पेठ । पुणे ४११००२.

मुद्रितशोधन । एस. एम. जोशी

मुखपृष्ठ । हेमंत देशपांडे

या पुस्तकातील कोणताही मजकूर, कोणत्याही स्वरूपात वा माध्यमात पुनःप्रकाशित अथवा संग्रहित करण्यासाठी लेखक व प्रकाशकाची लेखी पूर्वपरवानगी घेणे बंधनकारक आहे.

मिठाचा सत्याग्रह, चले जाव चळवळ आणि भूदान चळवळीत
सक्रिय सहभाग घेतलेले; परंतु त्याचा कोणताही फायदा
न घेता जनसेवा आणि ईश्वरसेवेस वाहून घेतलेले
माझे काका
वैकुंठवासी ह. भ. प. विठोबा सटुप्पा पाटील
यांच्या स्मृतीस!

प्रस्तावना....

"आध्यात्मिक प्रगल्भता, वैचारिक खोली, आत्मज्ञानाच्या शोधातील कवी - श्री. शंकर पाटील"

मराठी साहित्य मंदिरावर एकापेक्षा एक उंच, देखणे, झळाळते कळस दिमाखाने उभे दिसतात. त्याचप्रमाणे या कळसांना पेलणारे, विविध प्रकारे आधार देणारे पायातील दगड होऊन शारदेची सेवा करणारे शब्दयात्रीही अनुभवास येतात. हे दगड कधी कळसांचा हेवा करीत नाहीत. कळसाचे भाग्य लाभले नाही म्हणून झुरत नाहीत. विनित राहून आपले कर्तव्य म्हणून शारदेच्या चरणी भावफुले, शब्द-बहर निष्ठेने, भावमयतेने वाहताना दिसतात. लेखनकला अन्य कलांप्रमाणे संस्कृतीचे अपत्य आहे. आत्मशोध, प्रबोधन आणि मनोरंजन ही लेखनकलेची उद्दिष्टे आहेत, ही जाणीव या सरस्वती मंदिराच्या कळसांना भरभक्कम आधार देणाऱ्या लेखकांना असते. सश्रद्धतेने या तिन्ही उद्दिष्टांच्या अनुरोधाने हे लेखक वाटचाल करतात. पिवळेजर्द, असंख्य डौलदार पाकळ्यांचे सूर्यफूल कसलाही तोरा न दाखविता, आभाळाकडे पाहात सूर्यावर नजर खिळवून ध्येयपूर्तीचे स्वप्न पूर्ण करीत राहाते. तसेच हे अनेक लेखक लेखन-तपस्या स्वतःच्या समाधान-आनंदासाठी करतात. त्यांना ना कोणाकडून वारसा मिळालेला असतो, ना कोणी स्वतःच्या खांद्यावर उभे करून यशाचे, प्रसिद्धीचे, पारितोषिकांचे विशाल क्षितिज त्यांना दाखविलेले असते. अशाच लेखक-कवीमध्ये श्री. शंकर पाटील आपली पावले साहित्याच्या वाटेवर वळणे, वळसे पार करीत आत्मविश्वासाने टाकताना दिसतात.

महाराष्ट्र ही संतांची भूमी आहे. बहुतेक संत हे कवी असतात हे सिद्ध करण्यास प्रबंधच लिहावे लागतील. संतत्व प्राप्त करण्यास आध्यात्मिक प्रगल्भता, विचारांची खोली आणि आत्मज्ञान तथा आत्मशोधाचा ध्यास घेण्याची ताकद आवश्यक असते. कविता-लेखन हे या सर्व बाबींकडे मार्गस्थ होण्याचे एक साधन आहे असे म्हणणे अतिशयोक्तीचे ठरणार नाही. सर्वच कवींची झेप संतत्वाच्या अंतिम टप्प्यापर्यंत पोहोचत नाही हे सत्य. तथापि, निष्ठावान आणि प्रामाणिक

। सहा ।

कवी यश मिळो वा न मिळो, अध्यात्मिक प्रगल्भता, विचारांची खोली आणि आत्मशोध वा आत्मज्ञान यासंदर्भात झेपावताना दिसून येते. श्री. शंकर पाटील यांच्या 'भावमंजुषा' काव्यसंग्रहानंतरच्या 'श्रावण शब्दसरी' काव्यसंग्रहामध्ये त्यांचे हे असे झेपावणे अस्पष्टतेच्या, नवेपणाच्या खुणा पुसताना दिसते.

विशिष्ट व्यावसायिक, सामाजिक, आर्थिक, कौटुंबिक इत्यादी स्तरांमधील व्यक्तींची काव्यलेखन ही मिरासदारी नसते. उत्तम दर्जाची निगराणी केलेल्या उद्यानामध्ये अथवा ओसाड माळराने, पठारांवरसुद्धा आकर्षक मोहक, रंगीत मनोहारी फुले उमलतात. त्याचप्रमाणे जिवलगांच्या हर्षद, रमणीय सहवासामध्ये आणि रूक्ष, धावपळीच्या, एकाकी जीवनामध्येही मन शब्दांशी झपूर्झा खेळत भावभावनांचा रंगीन गोफ विणते, हे श्री. शंकर पाटील यांच्या कवितांमधून ठळक होते. वायूसेनेमध्ये क्षेपणास्त्र तांत्रिक, मॅनेजमेंट कॉलेजमध्ये प्रशासकीय अधिकारी, बहुराष्ट्रीय कंपनीमध्ये अनुरक्षण प्रबंधक, एमपीएससीमधून विक्रीकर निरीक्षक म्हणून कार्यरत होण्यासाठी अभ्यास, कष्ट, धडपड अनिवार्य असताना कवितांशी मैत्र जपणे श्री. पाटील यांना ऊर्जास्रोत ठरले आहे.

श्री. पाटील यांना विविध क्षेत्रातील वावर लाभला. सभोवतीच्या घटना, माणसे, निसर्ग इत्यादींचे बहुपदरी वास्तवाचे सूक्ष्म निरीक्षण, सखोल वाचन, विशेष मूल्यमापन करताना मनातील स्पंदने शब्दांमध्ये गुंफण्याचा प्रयत्न 'श्रावण शब्दसरी'मध्ये वेधक ठरतो. आई, पत्नी, अपत्ये, मित्र, सहकारी, ऐतिहासिक व्यक्ती इत्यादी कवीला भावविव्हल करतात. 'निरोप', 'तीच खरी आई', 'तुझी आठवण येते', 'आठवेल का तुला कधी', 'तुझं अस्तित्व', 'बहुरूपी आठवणी' इत्यादी कविता वाचनीय ठरतात, भावोत्कट वाटतात...

"कान्हाची बासुरी कधी मोरपीस होते,
भावमग्न मीरा कधी प्रेमवेडी राधा होते,
चैतन्याची उषा कधी उदासीन संध्या होते,
निरांजनी निशा जणू वात होऊन जळते..."

कवी अशा तिच्या आठवणी जपतो, तर कधी 'स्मारक'मध्ये...

"जिथे जिथे कधी तू शूल रोवले होते,
तिथे तिथे कल्पवृक्षाचे रोप उगले होते,
कधी जिथे माझे काही अश्रू वाहिले होते,
गंगा-यमुनांचे गहरे तिथे डोह भरले होते..."

। सात ।

अशी तिला शब्दांची फुले वाहतो. 'तुझे अस्तित्व'मध्ये 'शपथ मोडून यावे तू' अशी आर्त साद घालताना तिचे गरम-गरम श्वास पाठीला भिडतात, तिचा सुखद सुवास अजूनही नासिकेत दरवळतो, अनुभूती टवटवीत करतो. तर कधी आईची आठवण, आईची भावमयता 'निरोप'मध्ये वाचकांना सद्‌गदित करते. 'लाजवंती', 'प्रेमाचा दाखला', 'उदात्त प्रेम', 'तुझी आठवण येते', 'स्वप्नांची नाव' इत्यादींमध्ये भाव-भावनांची रंगपंचमी साजरी होते.

'कुणबीण', 'डोंबारीण'सारख्या कविता कवीची वंचित, व्यथित स्त्रीबद्दलची कणव गडद करतात, तर 'श्रावण', 'मोर नाचू लागले', 'फुलपाखरू', 'वर ढग डवरले' इत्यादी कविता निसर्गाची लावण्यरूपे अधोरेखित करताना 'ढग डवरणे'सारखी उत्कृष्ट प्रतिमा कवीला सहजच सुचते. तर कधी कवी 'तो गेला' मध्ये उषेचा लालबुंद सूर्य घेऊन तो गेल्यानंतरचे 'क्षण थांबला, भिजला, थिजला, गोठला' हे अनुभवणारा कवी रसिकांना सृष्टीची आवाक् करणारा रूपे दाखवून सुन्न करताना 'तो' म्हणजे कोण हे जाणण्याची तीव्र ओढ वाचकांना लावतो. 'आदरांजली'मध्ये शहीदांच्या कुर्बानीची याद करताना 'फुटताच गोळा दारूचा, आतष तनूची आभाळी' रूपक शब्दांनी जीवाचा थरकाप उडवितो. सामाजिक व्यवस्थेतील, कौटुंबिक वास्तवातील छिद्रे, करुणास्पद वास्तव, चिंता वाढविणारे संघर्ष श्री. शंकर पाटील मोजक्याच शब्दांत कवितांमधून मांडतात. 'मी आशयघन'मध्ये स्वमग्नता महत्त्वाची मानणारा कवी कोषमुक्त न होता आशयघन असणारा असूनही अव्यक्तच मरण्याची भाषा करतो तेव्हा रसिकांना तो 'आपलासा' वाटतो.

'मी ख्रिस्त'मध्ये रसिकांस स्वतःला ख्रिस्ताशी एकरूप करावे असे आर्ततेने वाटते. कवितेतील...

''आता थकलोय मी थोडा, माझा वधस्तंभ वाहताना
तोल जातोय माझा, मारल्या दगडांना टाळताना
तहान माझी भागवतोय, चाटून रक्त माझंच गळताना
मोजदाद विसरा तुम्ही आज, अंगी खिळे मारताना''

या ओळी वाचकांना ख्रिस्ताशी स्वतःचे नाते जोडण्याचा प्रसंग लख्खपणे आठवायला लावतात. जीवाचा थरकाप उडवितात. अखिल मानवजातीतील मूढपण, निःसंगपण, अंधपण, क्रौर्य आणि कृतघ्नपणा इत्यादींचे चिरंतन, भयावह सत्य कवी नग्न करतात.

कवीच्या ख्रिस्तत्वाच्या अनुभवांशी स्वानुभवांची सांगड घालण्याची ऊर्मी वाचकांच्या मनी उसळवितात. 'श्रावण शब्दसरी' ज्वालारस सरींचे अनुभव ख्रिस्तरूप वाचकांना बहाल करतात. राधा-कृष्णामध्ये, प्रणयानुभूतीत विरघळणारा, विरहाग्नीत होरपळणारा कवी 'श्रावण शब्दसरी'मध्ये अधिक उंची 'मी ख्रिस्त'मध्ये गाठतो. भूत, वर्तमान, भविष्य कालांमध्ये प्रत्येक मानवाला 'मी ख्रिस्त' म्हणण्याची वेळ ओढवते हे सत्य श्री. पाटील सहजतेने, ठामपणे, निर्धोरपणे मन-काळीज-चेतापेशींमध्ये रुजवितात.

त्यांच्या पुढील लेखनास भरभरून शुभेच्छा आणि आशीर्वाद.

- प्रा. अनुराधा गुरव

मनोगत....

डिसेंबर २०१२ मध्ये माझा 'भावमंजुषा' हा पहिला काव्यसंग्रह प्रकाशित झाला. त्याला वाचकांचा भरभरून प्रतिसाद मिळाला. त्याबद्दल सर्वप्रथम मी रसिक काव्यप्रेमींचे मनापासून आभार मानतो. माझ्या काव्यसंग्रहाचे प्रकाशन प्रा. इंद्रजीत भालेराव सरांसारख्या नामवंत कविवर्यांच्या हस्ते होण्याचे भाग्य मला लाभले. भालेराव सरांनी माझ्यासाठी वेळात वेळ काढून प्रकाशन समारंभाला उपस्थित राहून माझ्या काव्यसंग्रहाला गौरविल्याबद्दल त्यांचे शतशः आभार.

'श्रावण शब्दसरी' हा माझा दुसरा काव्यसंग्रह आपल्या हातात देताना मला खूप आनंद होत आहे. माझा साहित्यजगतातील हा प्रवास उण्या-पुऱ्या एक-दीड वर्षांचा. इतक्या कमी कालावधीत दुसरा काव्यसंग्रह प्रकाशित होणे, ही खरोखरच माझ्यासाठी भाग्याची गोष्ट आहे. माझ्यासारख्या नवख्या कवीचा काव्यसंग्रह प्रकाशित करण्याचे मनावर घेतल्याबद्दल मी 'दिलीपराज प्रकाशन'चे कार्यकारी संचालक श्री. राजीवजी बर्वे आणि 'दिलीपराज परिवारा'चे मनःपूर्वक आभार मानतो. आधीची काहीही ओळख नसताना, पहिल्याच भेटीत माझ्या काही कविता वाचून काव्यसंग्रहाला प्रस्तावना देण्याचे मान्य केल्याबद्दल ख्यातनाम लेखिका प्रा. सौ. अनुराधाजी गुरव मॅडम यांचे खूप खूप आभार. अवघ्या दहा दिवसांत आपली सारी कामे बाजूला ठेवून प्रा. गुरव मॅडमनी माझ्या काव्यसंग्रहाला सुंदर, अभ्यासपूर्ण प्रस्तावना लिहून माझ्या कवितांना एका वेगळ्या उंचीवर नेऊन ठेवले आहे. नांदेडमधील 'वरद'मधून माझ्या डोईवर वरदहस्त ठेवून आपल्या अतिव्यस्त कार्यकलापातून वेळात वेळ काढून माझ्या काव्यसंग्रहाची पाठराखण केल्याबद्दल ज्येष्ठ साहित्यिक प्रा. देवीदासजी फुलारी सरांचा मी सदैव ऋणी राहीन. प्रा. चंद्रकुमार नलगे सर आणि श्री. नरेंद्र नाईक सर यांनी मला नेहमीच मार्गदर्शन केले. त्यांचे उपकार मानावे तेवढे थोडेच. साहित्यिक मित्र श्री. गुणवंत पाटील आणि श्री. अरुण काकडे, ज्यांच्या सोबत तासन् तास साहित्य चर्चा रंगते यांचेही मनःपूर्वक आभार. काव्यलेखनासाठी मला नेहमी प्रोत्साहन देणाऱ्या फेसबुकवरच्या माझ्या सर्व मित्रमैत्रिणींचे आभार. काव्यसंग्रहाची सुंदर अक्षरजुळणी

। दहा ।

करून दिल्याबद्दल माझे मित्र श्री. शिवाजी पोवाळकर आणि दिवेकर बंधू यांचेही मनापासून आभार.

मागच्यावेळी ज्यांचा उल्लेख राहून गेला त्यांची माफी मागून यावेळी भरपाई करण्याचा प्रयत्न करत आहे. सर्वात प्रथम, माझी ताई सौ. सुमन (विजयमाला) यशवंत पाटील आणि भाऊजी श्री. यशवंत पाटील, माझ्या वहिनी सौ. सुनंदा आणि सौ. अपर्णा ज्यांनी मला पदोपदी लिखाणाला प्रोत्साहन दिले, त्यांचे आभार मानतो. माझी पुतणी सौ. मनिषा पाटील-येसणे हिचेही मी आभार मानतो (जिने मला मराठी कवितेबद्दल शिकण्यासाठी आपल्या एम. ए. मराठीच्या नोटस् उपलब्ध करून दिल्या.) डॉ. सागर, डॉ. दया, कमल, पद्मजा, युवराज आणि भैरव यांचेही आभार. तसेच माझ्या मैत्रिणी कु. वर्षा शिंगाडे, सौ. चारुशीला काणे आणि सौ. सुखदा अभ्यंकर पटवर्धन यांचे मनापासून आभार.

आभारांचा भार जास्त होत चालला आहे, तो थांबवतो आणि काव्यसंग्रह रसिक वाचकांच्या हातात देऊन त्यांच्या निर्मळ प्रतिक्रियांची वाट पाहतो, धन्यवाद!

– शंकर पाटील

। अकरा ।

अनुक्रमणिका

१)	मी ख्रिस्त	१५
२)	अश्वमेध	१६
३)	माणूस	१७
४)	अलिप्त	१८
५)	तो गेला	१९
६)	पथिका, पुढेच तुला जायचे	२१
७)	जिद्द	२३
८)	स्वप्नतरू	२४
९)	कवितेची एक ओळ	२५
१०)	पेटून उठावे आता	२६
११)	आदरांजली	२७
१२)	माझ्या त्या साऱ्या कविता	२८
१३)	चित्र	२९
१४)	दिव्य क्षण	३१
१५)	डोह	३२
१६)	कवितेची कल्पना	३३
१७)	गरिबीची कविता	३४
१८)	गुरू साक्षात परब्रह्म	३६
१९)	भोळ्या मना	३७
२०)	मूकनायका, तुलाही कळून चुकले!	३८
२१)	खरी आई	३९
२२)	'दयासिंधू'	४०
२३)	माझा गाव	४१
२४)	निरोप	४२
२५)	हुंडी	४३

| बारा |

२६)	येऊ द्या जन्माला आई (भारूड)	४४
२७)	कविता कशी सुचते	४६
२८)	ऑडिट	४७
२९)	म्हातारा कसला	४८
३०)	नकुशा	४९
३१)	बायकोच्या तालावर	५१
३२)	तिसरा नियम	५२
३४)	लीला	५३
३५)	जत्रा	५४
३६)	बगळे	५६
३७)	वाढदिवस	५७
३८)	जय शिवराय	५८
३९)	कान्हा तू यावे	५९
४०)	मुला सज्जनाच्या	६०
४१)	संजीवनी	६१
४२)	न्यायदान	६२
४३)	वेदनेचा बाजार	६३
४४)	मोर नाचू लागले	६४
४५)	वर ढग डवरले	६५
४६)	श्रावण	६६
४७)	लाजवंती	६७
४८)	गुलमोहर	६८
४९)	भ्रमर	६९
५०)	फुलपाखरू	७०
५१)	अन्योक्ती	७१

। तेरा ।

५२)	घंटा	७२
५३)	मी आशयघन	७३
५४)	डोंबारीण	७४
५५)	कुणबीण	७५
५६)	कॉलेज १	७६
५७)	कॉलेज २	७७
५८)	प्रेमाचा दाखला	७८
५९)	उदात्त प्रेम	७९
६०)	निर्णय	८०
६१)	तुझी आठवण येते	८१
६२)	आठवेल का तुला कधी	८२
६३)	स्मृतिपुष्प	८३
६४)	स्वप्नांची नाव	८४
६५)	स्मारक	८५
६६)	तुझं अस्तित्व	८६
६७)	बिहाग	८७
६८)	बहुरूपी आठवणी	८८
६९)	अनोळखी	८९
७०)	नेसी मज तू वरुनी	९०
७१)	दुसरं प्रेम	९२
७२)	सांग राधे	९३
७३)	पिरेम	९४
७४)	धमकी नका देऊ सवतीची	९५

। चौदा ।

मी ख्रिस्त

आता थकलोय मी थोडा
माझा वधस्तंभ वाहताना
पुसटसं ते आभाळ दिसतं
भिजल्या डोळ्यांनी पाहताना

ओझं वाटू लागलंय आता
काटेरी मुकुट सांभाळताना
तोल जातोय माझा जरा
मारल्या दगडांना टाळताना

तहान माझी भागवतोय मी
चाटून रक्त माझंच गळताना
प्रकाशाचं तेज वाढू लागलंय
दिवस मावळतीकडे ढळताना

मोजदाद विसरा तुम्ही आज
अंगी खिळे माझ्या मारताना
आशीर्वाद देऊ द्या तुम्हाला
कपाळमोक्ष माझा करताना

❖ ❖

श्रावण शब्दसरी । १५

अश्वमेध

तसा तोही प्राणीच
बाकी प्राण्यासारखा
चार पायावर चालणारा
केसाळ अस्वलासारखा
मिळेल ते खाऊन
आपलं पोट भरणारा
जगून झालं की
चुपचाप मरणारा
कर्मधर्मसंयोगाने त्याला
लागला आगीचा शोध
होऊ लागला मग
जगाचा खरा बोध
अशातच त्याला लागले
त्याच्या भविष्याचे वेध
आणि मग सुरू झाला
माणसाचा तो 'अश्वमेध'!

माणूस

अरे, शेवटी तूही माणूसच!
असशील खूप खूप मोठा तू....
तुझे आभाळाला हात असतील
पण पाय तर.... जमिनीलाच ना?
उंच आभाळात स्वच्छंद भरारी घेत
क्षुद्र पृथ्वीकडे पाहत छद्मीपणाने
जरूर हसत असशील तू ?
पण पंखातलं बळ सरलं की
विसाव्यासाठी तुला इथेच यावं लागेल....
असशील खूप खूप मोठा तू....
पण तुलाही ते सोडले नसतील
राग, लोभ, मोह, मत्सर?
सुख, दुःख, आनंद आणि वेदना
तुलाही जरूर होत असतील....
असशील खूप खूप मोठा तू....
पण शेवटी तूही माणूसच
माझ्यासारखाच.... जन्म घेतलेला
आणि कधीतरी.... जरूर मरणारा
मग...? कसला रे मोठा तू?

◆◆

अलिप्त

जमलं नाही कधी मला
नात्याचं नेमकं गणित
पानं कोरीच राहिली
आयुष्याच्या या वहीत

जो तो पाहत राहिला
फक्त आपलं सारं हित
मी मात्र आळवत होतो
परमार्थाचं गोड गीत

गेली दूर भुतं सारी
उरले ना मजकडे शीत
ठाऊक नव्हती मजला
जनाची आगळीच रीत

पाहून खेळ हे सारे
खवळते कधीकधी पित्त
नात्यांपासून म्हणूनच
आहे मी हल्ली अलिप्त

❖❖

तो गेला

तो गेला, अगदी अचानक
जाता जाता क्षितिजावरचा
उषेचा लालबुंद सूर्य घेऊन गेला

सूर्य घेऊन जाता जाता
त्याजागी अनंतकाळाचं एक
भलं मोठं कृष्ण विवर सोडून गेला
उषेचा लालबुंद सूर्य घेऊन गेला

सांजावून आलं असं अवचित
आणि पसरला घोर अंधकार
जाता जाता तो अंधार देऊन गेला
उषेचा लालबुंद सूर्य घेऊन गेला

सुरू झाली आता काळरात्र
न संपणारी एक भयाण रात्र
जन्मभराची अमावस्या करून गेला
उषेला लालबुंद सूर्य घेऊन गेला

थांबले सारे ऋतू आता
सृष्टीचे चक्रच कसं थांबलं
कारण ऋतू करणारा सूर्यच गेला
उषेचा लालबुंद सूर्य घेऊन गेला

क्षितिजावर आले काळे ढग
बरसायला लागले अविरत
सारं जग प्रलयात असं बुडवून गेला
उषेचा लालबुंद सूर्य घेऊन गेला

एक वर्षाऋतूच आता जीवनभर
कारण पृथ्वीच फिरायची थांबली
क्षण थांबला, थिजला, भिजला, गोठला,
उषेचा लालबुंद सूर्य घेऊन गेला

पथिका, पुढेच तुला जायचे

वाटेवरती पर्वत भारी
सरितांनीही त्या वहायचे
पहायचे ना वळून मागे
पथिका, पुढेच तुला जायचे
    मोहावती रे तुला पथिका
    उद्यान सुंदर ते सुमनांचे
    संध्यासमयी सुकती सारे
    काय मोल त्या निर्माल्याचे
अवसेची ती रात्र दाटता
तमास का तू उगा भ्यायचे
घनात तारे लपले असता
काजव्यांचेच दीप घ्यायचे
    चालता कधी बाभूळवनी
    काट्यास फूल तू म्हणायचे
    दगडातुनी चालता कधी
    मखमालीचे मजे घ्यायचे
चाले कोणी संग पावले
साथ तयाला बरे घ्यायचे
सुटला कोणी अर्ध्यावरती
अश्रू दोनच ढाळायचे

श्रावण शब्दसरी । २१

हिंस्र श्वापदे वनात भरली
नसे त्यास तू घाबरायचे
जगणे मरणे वाया चिंता
धैर्य तुझे रे दाखवायचे
बाधा येती किती अशा रे
पार तयासी तू करायचे
थोडा घे तू विश्राम गड्या
दूर तुला रे असे जायचे

जिद्द

काय ठावे धावताना जिंकणारा कोण आहे
स्पर्धकाच्या भावनेला ना नभाची शीव आहे
मात देण्या त्या सशाला तोड नाही ते तरीही
कूर्मवेगी कासवाला जिंकण्याची जिद्द आहे

भार भारी घेऊनिया देह छोटा उंच जाई
पात होता भूवरी या छप्पराची ओढ आहे
कैक त्याचे यत्न जाती रोज वाया ते तरीही
कर्मयोगी मुंगळ्याला जिंकण्याची जिद्द आहे

सोडण्या ती वृक्षशाखा पंख त्याने फैलवावे
अंबरासी स्पर्शण्याची आस त्याची ज्ञात आहे
शक्तिशाली पंख त्याचे क्षीण झाले ते तरीही
आभवेड्या पाखराला जिंकण्याची जिद्द आहे

गूढ जाणा जीवनाचे जे त्रिकाल सत्य आहे
जीवनाला तारणारी जिंकण्याची जिद्द आहे

◆◆

स्वप्नतरू

धरतीत या जीवनाच्या
बीज स्वप्नांचे मी रोपिले
सिंचून रुधिर तयास
जीवापरिस ते जपिले

जतनास अहर्निश हे
दीप नयनांचे जाळिले
ऊन, वर्षा नि वादळात
छत्र देहाचे मी ढाळिले

रोप होऊनिया तरू हे
गगनास आज भिडले
स्वयंसिद्ध तरूचे आता
मजविण काय अडले

स्वप्नतरूच्या वृद्धीपायी
जीवन अवघे वाहिले.... अन्
जीवनाच्या अंती जाणले
जगणेच बाकी राहिले

◆◆

कवितेची एक ओळ

विशाल साहित्यसिंधूत
विलीन होणाऱ्या काव्यसरितेची
शाखा, एक छोटासा ओहोळ
कवितेची एक ओळ

अनंत ब्रह्मांडातील पृथ्वीवरील
अतिविशाल प्रदेशातील एका
छोट्याशा गावातील बोळ
कवितेची एक ओळ

कधी डोळे खोलणारा
तर कधी डोळे दिपवणारा
प्रचंड विजेचा लोळ
कवितेची एक ओळ

दुखावलेल्या हृदयाच्या डोळ्यांतून
टपकणारा अश्रूचा एक ओघळ
मनाचं हिरवं पान कुरतडणारा टोळ
कवितेची एक ओळ

कधी देते कुणास प्रेरणा
कधी होऊन किरण आशेचा
करी दूर मनाचा झाकोळ
कवितेची एक ओळ

करते कधी मोठा घोळ
माजवते हलकल्लोळ आणि
उठवते आग्या मोहोळ
कवितेची एक ओळ

◆◆

पेटून उठावे आता

देशप्रेमाच्या कोरड्या
नको मारू मोठ्या बाता
भारतभूच्या तू पुत्रा
पेटून उठावे आता

घालता गल्लीत दंगा
म्हणे कोणी तुला दादा
कळावे शौर्य ते खासे
सीमेवरी कधी जाता

पराक्रमी पुत्र व्हावा
म्हणे अभिमानी पिता
जन्म देऊनिया तुला
धन्य व्हावी आज माता

हे स्वाभिमानी तरुणा
वीरमरण तुजला येता
गाऊ आम्ही रोज तुझ्या
पराक्रमाची ती गाथा

आदरांजली

विझलेल्या त्या दिव्यांसाठी
एक पणती आज जाळली
मालवून ज्योत आपली
पेटविल्या ज्यांनी मशाली

सणवार कसले त्यांसी
अरे कसली ती दिवाळी
फुटताच गोळा दारूचा
आतष तनूची आभाळी

गुलाल कुठला इथे रे
कधी चाटून जाते गोळी
रंग कशास ते दुसरे
खेळली रक्ताचीच होळी

नको लिहूस चार ओळी
कागद कोराच खुशाली
घेता निरोप रणांगणी
चिरसौभाग्यकुंकू भाळी

रक्षणास भारतभूच्या
प्राणाहुती यांनी वाहिली
नतमस्तक मी वाहतो
शहीदांस आदरांजली

❖❖

माझ्या त्या साऱ्या कविता

जागवून भावनांना
केले मला तू लिहिता
तुझ्याकारणे वाहिली
अखंड शब्दसरिता

शारदेची आराधना
ठेविते मजला जिता
शब्द आता श्वास माझे
जीवनात तू नसता

तुजसाठी होता केला
खजिना शब्दांचा रिता
मोल भले न तुजला
मजसाठी पूज्य गीता

मुठीतल्या रेती जैशा
झरतील स्मृती आता
गळतील दोन टिपे
'त्या' एका क्षणाकरिता

होईन दृष्टीआड मी
पापणी जरा लवता
उरतील हाती फक्त
माझ्या 'त्या' साऱ्या कविता

चित्र

रोज पाहतो मी ते चित्र
भिंतीवर टांगलेलं,
तैलरंगात रंगलेलं,
काळाच्या जळमटांनी
जरासं मळलेलं...

आडव्या उभ्या रेषा
आणि विविध रंगांनी
जरा जास्तच फटकारलेलं...

त्यातल्या त्या दोन रेषा
आणि चार शिंतोडे
खूप खटकतात मनाला...

खूऽऽऽप सुंदर दिसलं असतं
ते चित्र, जर त्या दोन रेषा
जरा सरळ असत्या आणि
ते चार शिंतोडे टाळले असते...

करावा का जरासा प्रयत्न?
ते रंगांचे पदर सारून,
चित्र ठीक करण्याचा?...

पण तैलरंगातले ते शिंतोडे
हटतील का सहज?...

की शिंतोडे हटवताना
सारं चित्रच खराब होईल?...

मग त्या रेषांचं काय?
त्या थोड्याच सरळ होणार आता?...

मग काय करायचं?
पहात बसायचं ते चित्र...

जसं आहे तसंच!
जरा जळमटं झटकत!

दिव्य क्षण

तू तू न रहावे
मी मी न रहावे
मी तुझ्यात अन्
माझ्यात तू यावे

एक दुसऱ्यात
मिसळून दोघे
दुग्धजलासम
एकरूप व्हावे

मी तुझे तू माझे
श्वास आज व्हावे
आपुल्या गीतांचे
सूर साथ यावे

आनंदाचे क्षण
मजला तू द्यावे
सुख खरे तेव्हा
तुलाही मिळावे

अत्युच्च या क्षणी
काही न स्मरावे
हळूहळू माझे
अस्तित्व सरावे

दिव्य त्या क्षणाने
अवचित यावे
तुझिया अंतरी
विलीन मी व्हावे

डोह

किती अथांग डोह तो
तरून जायचा कसा
कुठे किनारा न दिसे
बावरतो जीव असा

फसता या भोवऱ्यात
थांबतील सर्व श्वास
यत्न करायास हवे
पार करावया यास

जया मिळे नाव इथे
तरेल तोच डोहास
किनाराच काय तया
इनामही मिळे खास

एक डोह अथांग हा
काठावर मूढ किती
डुंबताच यात कुणी
नुरे कशाचीच भीती

डुंबताच यात जना
सारे सरतील रिपू
सोड अढी मार उडी
नको अंधार जपू

अंतरात रत्न किती
पावतील सर्व तुला
साथ सर्वजण पाहू
खजिन्याचा मार्ग खुला

कवितेची कल्पना

माझ्या प्रिय मित्रांनो
उगाच कशाला भांडता
नसेल एखादी रचना
गझल किंवा कविता

कविता म्हणजे काय हो
कवीमनाच्या काही भावना
शब्दात उतरलेली एक
वास्तव अवास्तव कल्पना

हिणवू नका कधी कृपया
तोकड्या तिच्या कपड्यांना
मन आपलं मोठं करून
जरा उंची तिची पहा ना

नसतील तिच्याकडे कधी
महागडे सारे अलंकार
अभिनव तिच्या सौंदर्याला
करा ना जरा स्वीकार

असेलही कदाचित ती
निर्वसन आणि मुक्तछंदी
टोचून तिला बोलण्याच्या
कशाला राव पडता फंदी

◆ ◆

गरिबीची कविता

उन्हात अनवाणी फिरताना
पायाची चमडी जळली होती
तेव्हाच गरिबाला जीवनाची
खरी कविता कळली होती

　　उपाशीपोटी राबताना जेव्हा
　　भुकेची भावनाच सरली होती
　　तेव्हाच गरिबाला जीवनाची
　　खरी कविता कळली होती

रस्त्याकडेच्या बिछान्यात
जागून रात्रही ढळली होती
तेव्हाच गरिबाला जीवनाची
खरी कविता कळली होती

　　हाडकुळ्या लेकरांच्या अंगची
　　चिंध्यालक्तरेही मळली होती
　　तेव्हाच गरिबाला जीवनाची
　　खरी कविता कळली होती

पावसात गळक्या छतातून
दुःखांची धार गळली होती
तेव्हाच गरिबाला जीवनाची
खरी कविता कळली होती

पोटाची आग शमविण्यासाठी
मुलीची जवानी कळली होती
तेव्हाच गरिबाला जीवनाची
खरी कविता कळली होती

जगणे असह्य झाल्यानंतर
फासदोरी कवटाळली होती
तेव्हाच गरिबाला जीवनाची
खरी कविता कळली होती

बेवारस त्याच्या प्रेतासोबत
स्वप्नांची चिता जळली होती
तेव्हाच गरिबाला जीवनाची
खरी कविता कळली होती

◆ ◆

गुरू साक्षात परब्रह्म

आद्य गुरू ती असते आई
दुसरा मान पित्यास जाई
तिजे गुरुजन विद्यालयी
चौथी विशाल निसर्गराई

पंचम स्थान सखा भूषवी
स्वानुभव सर्वोत्तम होई
यथाकाल यथास्थान सारे
यथाशक्ती शिकवत जाई

बोल बोबडे शिकवी आई
सदाचार ते पिताच देई
सुसंस्कारी बालक सर्वदा
सद्गृहस्थ जीवनात होई

ज्ञान सर्वंकष विद्यालयी
खोलून नेत्र निसर्ग पाही
सुपथावरी सखाच नेई
ठेच लागता शहाणा होई

ब्रह्मापरी तू निर्मिक होई
विष्णूसवे हो पालनहारी
उघडूनी शिवा ज्ञानचक्षु
असत्यासुरा तू मुक्ती देई

ऐशा वंद्य या गुरुसमोरी
नित्य तू नतमस्तक होई
गुरु साक्षात परब्रह्म ते
जाण मनुजा ठाईठाई

भोळ्या मना

कसे सांगू तुला
माझ्या भोळ्या मना
तुझे सुख दुःख
काय त्याचे जना

ताल देई कुणी
म्हणती नाच ना
नाचता नाचता
मोडे तुझा कणा

बाहीत आपुल्या
पाळू नको त्यांना
पिऊनिया दूध
काढतील फणा

केले जरी भले
देऊनिया प्राणा
परी अंती तुझी
मूर्खात गणना

ऐक आता जरा
अरे वेड्या मना
लावू नको कुठे
मन तुझे पुन्हा

◆◆

मूकनायका, तुलाही कळून चुकले!

महामानवा, तुझ्या संघर्षातून
कुणी काही ना शिकले
तुझ्या नावाच्या दलालांनी
तुझ्यासह आम्हालाही विकले
चवदार तुझ्या चळवळीतून
होते पाणी आम्ही चाखले
दलाल सारे सत्तेसाठी
शेंदरात आता ते माखले
नाव तुझे घेऊन आज
कोण कुठे कुठे पोचले
प्रिय आहेत त्यांना ते
चलनी हारांचे चोचले
होते कधी ज्याला तू
जन्मभरासाठी त्यागले
पाप करून दलाल सारे
त्याच दगडापुढे झुकले
गरीब बांधव माझे किती
प्राणास बिचारे मुकले
अत्याचाराच्या मांडवलीचे
आहे शेत आता पिकले
मूकनायका, कदाचित तुलाही
तेव्हाच कळून होते चुकले
पुढचा किती पुढे गेला,
मागचे बिचारे मागेच राहिले

◆◆

खरी आई

कोंडली होती कधी काळी किल्ल्यात हिराबाई
बाळाच्या हो दुधापायी कडा उतरून जी जाई
तीच खरी आई... हो... तीच खरी आई

गरिबीत चिमणीसारखं दाण्यासाठी जाई
भरून पोट बाळाचं आपण खाई जी राई
तीच खरी आई... हो... तीच खरी आई

बाळाच्या निजेसाठी गादी मऊ मऊ होई
जागून सारी रात जी अंगाईगीत गाई
तीच खरी आई... हो... तीच खरी आई

समोर कधी बाळाचा जीव धोक्यात येई
वाचवण्या बाळाला जीव आपला जी देई
तीच खरी आई... हो... तीच खरी आई

बाईलवेडा पती होऊन बाळ जाच देई
सुखी राहो बाळ माझा आशिष सदा देई
तीच खरी आई... हो... तीच खरी आई

'दयासिंधू'

अंधारल्या मनी
आशेचा तू इंदू
अनाथांची 'माई'
सपकाळ सिंधू

करुणासागर
निश्चयाचा मेरू
पंखाखाली घेसी
बेघर पाखरू

कितीक कृष्णासी
झाली तू यशोदा
त्यागल्या अंबांची
आई तू सर्वदा

दीनदुबळ्यांची
झाली तू सावली
पोटची पोर ती
दैवाच्या हवाली

भल्यासी तू साय
दुर्गा दुर्जनासी
ममतेची ऊब
मिळे तुजपासी

अडाणीपणास
दिली गं तू मात
झळकलं नाव
दुनियाभरात

धन्य तुझा त्याग
महान तो ध्यास
परोपकाराचा
आगळा हव्यास

मायेचे आभाळ
तूच 'दयासिंधू'
जगन्माते आम्ही
सदा तुज वंदू

◆◆

माझा गाव

साद घालितो प्रेमळ मजला
रम्य माझा गाव तो
जगमग नगराहुनही मजला
जादा तोच भावतो
       स्मरतो स्फटिकासम पाण्याचा
       भारी खोल डोह तो
       डुंबायाला मित्रासंगे
       अजुनी जो खुणावतो
हिरव्या हिरव्या शेतावरुनी
वारा मंद वाहतो
बांधावरती संध्यासमयी
मयूर धुंद नाचतो
       बहरुनी मस्त शिशिरी येई
       पहा काजू वृक्ष तो
       आजही सूर पारंब्यांचा
       खेळ इथेच रंगतो
आठवतो धुंद मजला
गुऱ्हाळाचा वास तो
खावयाला जिगली गुळाची
मनोमन मी तरसतो
       इतुका सुंदर मनोरम गाव
       जीव मजला लावतो
       आठव होता कधी तयाचा
       त्याकडे मी धावतो !

निरोप

उभी दारी माझी माय
धरून हात निढळावरी
निहारी मज पाठमोरा
वळलो जरी वळणावरी

    स्पर्शलो पायास जेव्हा
    चेहऱ्यावर हसू फसवे
    तरळून डोळ्यांत आली
    हळूच ती दोन आसवे

वदती लोचन मूक जणू
कशा दूर हवी चाकरी
वाटुनिया खाऊ सारे
मिळते जी इथे भाकरी

    ताट येताच सामोरी
    दाटतोच हुंदका एक
    घास घेता विचार मनी
    काय खाई माझा लेक

जाता बाळ दूरदेशी
मनी कसे उठे काहूर
घास उतरेना मुखी तो
घोट पाण्याचाही दूर

    झाला किती मोठा तरी
    बाळ छोटाच माईला
    घेता निरोप का वाटे
    पाडसू मुके गाईला

◆◆

हुंडी

खेळलो तयासंगे
कधी इथे भातुकली
इथेच कधी तिजवरी
प्रीती माझी जडली

अवचित एके दिवशी
साथ तिची का सुटली
तमात नगण्यतेच्या
शब्द कौमुदी दडली

आज पुन्हा प्रतिभेची
सुवर्ण किरणे फुटली
लेवून साज सारे
कविता माझी नटली

धुंद तोच गंध जुना
घेऊन हवा सुटली
विस्मृतीच्या धुक्याची
चादर आता हटली

शब्दबाजारी आज
चलनी हुंडी वटली
किती दिसांनी मजला
माझी ओळख पटली

येऊ द्या जन्माला आई (भारूड)

येऊ द्या जन्माला आई
मला येऊ दे जन्माला आई ।।धृ।।
 रक्तामांसाचा गोळा मी ।
 तुमचाच अंश बाबा आई ।।
 गुन्हा मी ना केला काही ।
 जरा जगाला पाहू देई ।।१।।

येऊ द्या जन्माला आई
मला येऊ दे जन्माला आई
 लिंगपरीक्षा नका करू हो ।
 हट्ट मुलाचा नका धरू हो ।।
 तुरुंगात सारे जाल तुम्ही ।
 डॉक्टरसंगे बाबा आई ।।२।।

येऊ द्या जन्माला आई
मला येऊ दे जन्माला आई
 मुलगा मुलगी भेद कशाला ।
 मुलगीला का जीवच नाही ।।
 असा कसा हो गळा कापता
 झाला कैसे तुम्ही कसाई ।।३।।

येऊ द्या जन्माला आई
मला येऊ दे जन्माला आई
 म्हातारपणी मुलगा पाही ।
 भ्रामक आहे विचार बाई ।।
 जीव एव्हढा मुलगी लावी ।
 कन्यादानी अश्रू येई ।।४।।

४४ । श्रावण शब्दसरी

येऊ द्या जन्माला आई
मला येऊ दे जन्माला आई
  आराध्य असे लक्ष्मी दुर्गा ।
  पुजता सारे अंबाबाई ।।
  सांगा मग का मला मारता ।
  प्रसन्न कैसी देवी होई ।।५।।
येऊ द्या जन्माला आई
मला येऊ दे जन्माला आई
  मला मारुनी काय साधते ।
  वंश कसा तो वाढे बाई ।।
  कन्या नाही जगी जन्मली ।
  व्हावे कोणी तुमची आई ।।६।।
येऊ द्या जन्माला आई
मला येऊ दे जन्माला आई

◆ ◆

श्रावण शब्दसरी । ४५

कविता कशी सुचते

कुठेतरी काहीतरी
असे मनास टोचते
अन् अगदी नकळत
एक कविता सुचते

काहीतरी सुंदरसे
कधी मनास रुचते
आणि सहजच मग
एक कविता सुचते

कुणी मनास भावते
हृदयामाजी वसते
सुंदरशीच प्रेमाची
एक कविता सुचते

अवचित कधीतरी
काळीज कुणी भंगते
आणि या वेदनेचीच
एक कविता रंगते

का कसे कधी कुठे
काही समजत नसते....पण
संवेदनशील मनालाच
कविता सुचत असते

ऑडिट

कधी कधी कामाचा
येतो मला असा वीट
लिहायला घ्यावं काही
तर सुचत नाही नीट

भले मोठे ऑडिट रिपोर्ट
किचकट बॅलन्सशीट
पाहूनच नुसते पडते
माझ्या मेंदूचे पीठ

आकड्यांचे खेळ खोटे
व्यवहार सारे क्लिष्ट
फाइलींच्या ढिगाऱ्यात
मग येते मला झीट

तरीही लिहितो काहीबाही
होऊन जरासा धीट
मायबाप रसिकहो जरा
करावं आमचं ऑडिट

◆ ◆

म्हातारा कसला

वयमान केवळ
साठीच्या दारात
समजे स्वतःस
तिशीच्या घरात

बत्तिशी घुसली
कधीच घशात
कवळी काढून
धरतो पशात

खायला लागतं
बदामाचं भरीत
दिसायचं असतं
याला सदाहरित

झेपत नाही तरी
रोजचीच वर्जिश
जवानीचा फंडा
पंचकर्म मालिश

बिजवर होण्यास
भलताच आतुर
बायको बिचारी
भीतीनं फितूर

अत्तर लावून
फिरतो तोऱ्यात
मिरवतो सदा
बायकांच्या घेऱ्यात

डोळे शोधतात
नवेनवे सावज
लांडग्याला लागतो
कोवळाच ऐवज

बायकोच्या मागे
बाहेरची घरात
पोरांनी काढली
गाढवावर वरात

◆◆

४८ । श्रावण शब्दसरी

नकुशा

बापाला मुलग्याची आस होती
तीन पोरींवर झाली आता चौथी
जन्म देताच आईही गचकली
पुढच्या फेरीतून बिचारी सुटली

आई गेल्यानं बारसं नाही झालं
बापानं तर तोंडही नाही पाहिलं
काय बोलावयाचं पंचायत झाली
नकोशी म्हणून आजी बोंबलली

नकोशीच म्हणून नकुशा झाली
नकुशाची कपाळी पाटीच लागली
आई गेली न बाप तर बेवडा झाला
आजीनं धपाटा नि टोमणा मारला

बहिणींचा अबोला मैत्रिणींचा टोला
सगळ्यांनी तिला जीव नकोसा केला
कशीतरी बिचारी ती मोठी झाली
आजीनं दया केली शाळेत घातली

घरकाम करून कधी शाळेला जायची
अभ्यास न करताही पहिली यायची
अशी होती ही नकुशा गरीब बिचारी
मिळाला तिला एक मास्तर विचारी

समारंभात तिचं नामकरण केलं
बारा वर्षानंतर तिचं बारसं झालं
नकुशाची आता ती झाली राणी
नव्या नावाची आता नवी कहाणी

◆◆

'ड्राय डे'

साजरा आम्ही करतो
जन्मदिवस तुमचा
मात्र दिवस कोरडा
जातो उगाच आमचा

तुमच्याखातर देवा
आदेश 'वरून' आले
मागचे नाही, पुढले
दरवाजे बंद झाले

तुमचा असा आदर
पाहिला कधी का सांगा
पुढच्या दारी कुलूप
मागच्या दारात रांगा

तुमच्या उपदेशाचा
अर्थ आजच कळतो
विदेशी महागल्याने
स्वदेशीकडे वळतो

रोजच्यापेक्षा आजचा
भाव असतो दुप्पट
नाडतात गरिबाला
दुकानदार लुच्चट

काही हुशार शौकीन
खेळले नेमकी चाल
आजच्या ओलाव्यासाठी
ठेवली आणून काल

झाला की नाही चांगला
'हॅप्पी' तुमचा 'बर्थडे'
आदरासाठी तुमच्या
पाळला असा 'ड्राय डे'

❖❖

बायकोच्या तालावर

'बायकोच्या मुठीतला नवरा आणि पोरांच्या हातातला भोवरा' अशीच आज सर्वसाधारण पुरुषाची अवस्था पाहायला मिळते. याच परिस्थितीचे वर्णन करायचा प्रयत्न केलाय या विडंबन गीताद्वारे, मूळ गीतकारांची क्षमा मागून 'ढोलकीच्या तालावर' या सुप्रसिद्ध लावणीच्या बोलांचे विडंबन सादर करत आहे.

बायकोच्या तालावर
या पोरांच्या बोलावर
मी नाचतो मी डोलतो
या सुखाच्या संसारात
हिला रोज नव्या साड्या देऊ कशा
होळी दिवाळीला मागे टिक्का ठुशा
साऱ्या मागण्या हिच्या आता पुरवू कशा
झाला महागाईनं माझा फाटका खिसा
ही नाडते ही गाडते
मजला या बाजारात
बायकोच्या तालावर...
ही लाडवली पोरं लई खट्याळ
करती मागण्यांनी मजला घायाळ
चैनी करायला हायती ही हुश्शार
घेतला काळजानं माझ्या धसका रं
ही नाडती ही गाडती
मजला या बाजारात
बायकोच्या तालावर...

◆◆

तिसरा नियम

माहीत नाही का उगा तो न्यूटन जन्मला
बिचारा सगळ्यांना सांगून सांगून मेला
तिसऱ्या नियमाचा तो किती बोलबाला
प्रतिक्रिया समान मिळे प्रत्येक क्रियेला

क्रिया प्रतिक्रियेचा अनवरत खेळ रंगला
संपला जरूर तो अगर कुणी जो थांबला
कोण कुठला डार्विन तोही मग बोलला
लायक इथे कोणी जो तोच पुढे टिकला

नियम तसा सर्वश्रुत माहीत अडाण्याला
तरी सांगा कधी याचा विचार कुणी केला
मागे पुढे न पाहता करतात कुणी हल्ला
उघडती डोळे जेव्हा बसतो चांगला टोला

लीला

धरी फेर सभोवरी
सहस्र सोळा नारी
रास खेळती भारी
मध्यास वेणूधारी

भासे हर गोपिकेस
खेळे तिजसवे हरी
बोलते जणू मंजुळ
तिजसाठीच बासुरी

साथ सावळ्याच्या ती
राधा एक बावरी
मोहरते लिपटुनी
मुग्धभाव मुखावरी

असे का परि ती तरी
प्रेमिका तयास खरी
काय जाणती ललना
लीला हरीची न्यारी

◆ ◆

जत्रा

गावोगावी भरली काल
'पंचवार्षिक' जत्रा
त्यायोगे करावी लागली
मलाही थोडी यात्रा

 जत्रेत फिरताना पाहिल्या
 भानगडी सतरा
 पाहुनी सारे खेळ आले
 जळ माझ्या नेत्रा

जत्रेमध्ये फिरती 'देव'
नेसुनी शुभ्रवस्त्रा
'दान मला द्या हो' म्हणती
षडाक्षरी मंत्रा

 एक दिवसाचा राजा तुम्ही
 भरावे दानपात्रा
 दान ज्यासी करावे तोच
 असे 'जेबकतरा'

दात्या राजा तुम्ही झोडिशी
कितीक अन्नछत्रा
दान घेण्या 'देव' चालवी
कईक अस्त्रशस्त्रा

५४ । श्रावण शब्दसरी

    दानासाठी करती पहा
    'दामू'अण्णांची मात्रा
    दान ना करिसी तर हो
    'जिवबा'ला खतरा

हात जोडुनी आज उभे
भिक्षुक हे सतरा
देता दान तुजला राजा
कोण विचारी कुत्रा

    मान कुठे जनशाहीला
    कशा हवी ही जत्रा
    चिंतन बहु जाहले तरी
    प्रश्न हा अनुत्तरा

◆ ◆

बगळे

आले आले आले
आले पहा बगळे
हात जोडून उभे
कोंबड्यांपुढे सगळे

उत्तरेच्या थंडीतून
दूर आता हे पळे
गावोगावी गर्मी आली
गोळा झाले रावळे

चाल पहा त्यांची जणू
कधी राजहंस चाले
हे रे कसले बगळे
हे तर सारे कावळे

कावळे तर कावळे
दिसती कसे सोवळे
तलवार हाती घेऊन
मागे किती बावळे

बगळे कसले बगळे
हे तर बोलके पोपट
भविष्य सांगून विसरे
भूतकाळातले सगळे

बगळे कसले बगळे
हे तर खरी गिधाडे
कोंबड्यांच्या मरणासाठी
झाले कसे उतावळे

बगळ्यांच्या दाण्यापुढे
कोंबडी कशी पाघळे
थोडं थांबा कोंबड्यांनो,
तुम्ही होणार वटवाघळे!

◆◆

वाढदिवस

वाढदिन असे मात्र
धडा नवा आयुष्याचा
जीवनाच्या पानातुनी
वेध घ्यावा भविष्याचा

मंगल अशा या दिनी
मिळे आशिष जेष्ठांचा
वर्षा होता शुभेच्छांची
अंत होतसे कष्टांचा

नवे वर्ष नव्या दिशा
दिन नव्या संकल्पांचा
निश्चयाने चढू आता
मार्ग नव्या शिखरांचा

भारावलो पाहून हा
वर्षाव खऱ्या प्रेमाचा
जगण्यासाठी लाभला
स्रोत अपार ऊर्जेचा

◆ ◆

जय शिवराय

देऊनिया जन्म त्यास
जाहली धन्य ती माय
पुत्र काय कामी कैक
छावा एकचि शिवराय

वर्णू किती त्याचे गुण
ते महान त्याचे कर्म
स्थापून मराठी राज
राखला हिंदवी धर्म

रक्षण्या तो राष्ट्रधर्म
घेऊन आज ते वाण
करू आम्ही आता पण
सदाचारी होऊ जन

शिवभक्त आम्ही सारे
अभिमानी मराठीगण
आम्हा तो देवसमान
करू त्याचे रे पूजन

कान्हा तू यावे

कान्हा तुझ्या ओठातली
मी बासुरी व्हावे सख्या
ओठातुनी माझ्या तिचे
ते सूर बोलावे सख्या

नंदाघरीच्या चोरट्या
वृंदावनी यावे सख्या
डोहात न्हाता गोपिका
वस्त्रासि तू न्यावे सख्या

रे गोकुळीच्या दुग्धचोरा
त्रासण्या यावे सख्या
रंगात रंगूनी प्रियेच्या
रास खेळावे सख्या

घेउनि माझा हात हाती
साथ चालावे सख्या
अंधारल्या वाटेवरी
मिठीत तू घ्यावे सख्या

नाही मला वेणूधरा
भीती कशाची रे सख्या
रे माधवा अंकी तुझ्या
मृत्यूगती व्हावे सख्या

मुला सज्जनाच्या

मुला सज्जनाच्या उगा ।
स्वैर तू फिरू नको रे ।।
स्वामीहीन श्वानापरि ।
वासू भटकू नको रे ।।१।।

उदित प्रभाकरासी ।
नमन टाळू नको रे ।।
पांघरूनी चादर तू ।
मध्यान्ही लोळू नको रे ।।२।।

व्यंजना पथाकडच्या ।
असा चटावू नको रे ।।
गर्दभा परीटाच्या तू ।
उकीर फुंकू नको रे ।।३।।

जाण्यास विद्यालयात ।
कधी कचरू नको रे ।।
कुलीन मायबापाचे ।
कष्ट विसरू नको रे ।।४।।

स्वीकारी अपयशासी ।
उगा तू रडू नको रे ।।
लाभेल वांछित तुला
श्रमास सोडू नको रे ।।५।।

संजीवनी

दु:ख जे भोगले मी कधी जीवनी
जाणले त्यासही दिव्य संजीवनी ।।धृ.।।

आटते प्रेमही स्वार्थ येता मनी
खेचतो तोंडची भाकरी तो कुणी
टाकलेही जरी शूल वाटेवरी
चालतो मी तरी फूल ते जाणुनी ।।१।।

बोलते ना कधी गोड बोली कुणी
दूषणे लावती शालजोडीतुनी
झेलतो तीर ते शब्दबंबाळ मी
बांधली आसवे आज मी लोचनी ।।२।।

घेरते सागरी ती हवा वादळी
जाळते शीडही दुष्ट सौदामिनी
नाव नेई तळी लाट ती पाशवी
झुंजतो नाखवा प्राण लावी पणी ।।३।।

घाव देती कशी माणसे आपुली
लोटती दूर का रक्तही शोषुनी
त्यागले गोत मी सोडली भावकी
जन्म घ्यावा नवा कात ही टाकुनी ।।४।।

यत्न देतो यशा, ऱ्हासतो आळशी
हारतो पातकी, जिंकतो सद्‌गुणी
शूरवीरा मिळे साथही ईश्वरी
सत्य हे जाणले सर्वदा मी मनी ।।५।।

◆◆

न्यायदान

ज्ञात आहे मला रीतभात दुनियेची
जिंकती आसवे इथे सदा मगरीची
फौज उभी येथे फुक्या न्यायदात्यांची
बांधुनि पट्टिका नेत्री अनुकंपेची

सांगा कोण करी छानबीन सत्याची
का तयास झाली त्वरा न्यायदानाची
खंत नाही मला वादात हारण्याची
काय नीती त्यांची न्यायदान करण्याची

होईल घोषणा त्या न्यायमंदिराची
आशा नका करू सत्याच्या विजयाची
आज व्हावी इथे अर्चना मंथरेची
जानकीच्या नव्या ढोंगी अवताराची

पर्वा कुणा इथे अशा न्यायदानाची
वाट वेगळी ही माझिया जीवनाची

◆◆

वेदनेचा बाजार

किती रे तुमचं असं
लाजिरवाणं हे जिणं
वेदनेच्या बाजारात
जीवनालाच विकणं

कर्तव्य तुमचं तर
मरणाला जगवणं
बरं नव्हे कर्तव्याच्या
शपथेस विसरणं

माणुसकी विसरून
पैशाला तुम्ही पूजणं
रक्त निघालं तरीही
गायीला असं दुभणं

नळ्या लावून प्रेतांच्या
श्वासांना चालू ठेवणं
आणि अंती क्रिकेटचं
अंपायरिंग करणं

जीवनदाते तुम्हाला (आम्ही)
देवासमान पूजणं
शोभतं का हो तुम्हाला
मढ्याची टाळू चाटणं

◆◆

मोर नाचू लागले

निरभ्र निळ्या अंबरी मेघ काळे दाटले
मज मनीच्या अंगणी मोर नाचू लागले

नभात पयोधराचे डंके आगमनाचे
धुंद वादळी वारे आधीच सांगून गेले
साजन मीलनासाठी हे मनही आसुसले
वरुणाने धरतीला भेटण्याचे योजले
मज मनीच्या अंगणी मोर नाचू लागले

टपटप ते बरसावे, कधी संततधार यावे
अवनीला तृषार्त त्या घनानेही छेडले
मनोमनी सुखावला भिजवून हरितवसने
धरेवर अंबराचे प्रेम बरसू लागले
मज मनीच्या अंगणी मोर नाचू लागले

प्रपात माथ्यावरूनी डोंगराच्या झोकले
अवखळ निर्झर येउनी तरंगिणीस झोंबले
धमन्यातुनि सरितेच्या लाल पाणी वाहिले
आलिंगुनी सखीला अर्णव तृप्त जाहले
मज मनीच्या अंगणी मोर नाचू लागले

❖ ❖

वर ढग डवरले

दिस जेठाचे सरले
जीव तृष्णेत हरले
तगमग धरतीची
पाहून गहिवरले
वर ढग डवरले

तरु कासावीस झाले
तृणपातही सुकले
श्वेत जलद अंबरी
नेत्र त्यांचे पाणावले
वर ढग डवरले

एक एक थेंबासाठी
हे मनही आसुसले
सरसर येता सरी
तनी रोमांच उठले
वर ढग डवरले

दयार्द्र ते श्यामघन
प्रेमभरे बरसले
बीज हरितस्वप्नांचे
भूउदरी अंकुरले
वर ढग डवरले

◆ ◆

श्रावण

रिमझिम बरसे श्रावण घनातला
चमचम चमके श्रावण उन्हातला

उधळत आला सप्तरंग सारे
नभरंगारी हा इंद्रधनुतला
मखमाली हिरव्या पायघडीवर
चालत आला श्रावण वनातला

चिंब चिंब भिजल्या वाऱ्यासंगे
सळसळत्या हिरव्या पानांमधला
पाऊस उन्हाचा खेळ खेळतो
पहा कसा हा श्रावण क्षणातला

संस्कारांची करूनी उजळणी
पवित्र येई श्रावण सणातला
धरतीवरती आनंद बरसुनी
कणकण हर्षे श्रावण मनातला

◆ ◆

लाजवंती

नार पसरली जशी मंचकी
हिरवा शालू हिरवी कंचुकी
गुलजार तू रमणी इतुकी
तन तरी का तव कंटकी

मंद पवन स्पर्शअभिलाषी
मृदु चुंबनी कशी हर्षसी
का होऊनी अशी बावरी
ओढी चुनरी नवोढा जशी

प्रभातकाली दवबिंदूचे
मोती जडवुनी वस्त्रावरी
उभी प्रतिदर्शा मंचावरी
पदर पसरुनी करावरी

हर्ष मजला होय अतीव
छेडता तव अंग रेखीव
संकोचसी तू षोडशेसम
लाजवंती तू सखी सजीव

◆◆

गुलमोहर

दिमाखात पहा उभा
रानी हा गुलमोहर
साधू ध्यानस्थ जसा
कफनीत तो पायावर

छत्र लाल धरितो हा
ऋतुराज वसंतावर
लाल सुमनांचा सडा
गालिचाच जमिनीवर

नटली अप्सरा जणू
मोहविण्यास दरबार
रक्तवर्णी फूल जसे
लालचुटुक तिचे अधर

हिरव्या पानात छान
फुले लाल तो फुलवर
मोहते मन पाहुनी
सुंदरसा हा तरुवर

भ्रमर

मोदे विहरतो मधुकर
करीत गुंजारव मधुर
उषासमयी सोडुनि घर
मिलिंद बनतो मधुकर

मधुसंकलनास तत्पर
सुमनमीलना जाय दूर
विराजुनि तो कुसुमावर
तोषितो मकरंद मधुर

निशःकाले मिटती पदर
आलय ते पंकजउदर
कधी होय प्रभात प्रहर
बंदिवान तोवरी भ्रमर

फुलपाखरू

खूप झालं बागडणं
आता आवरून घ्यावं
काही काळासाठी त्यानं
कोषात आपल्या जावं

छान छान फुले सारी
बेगडीच खरी होती
नरभक्षी रोपट्यांची
हत्यारेच जणू होती

मकरंद कसा यावा
उदरी विषाची कुपी
अधरात मधुबोल
मंशा आगळीच छुपी

बहुरंगी पंख त्याचे
छाटणे त्यांचा मानस
जाणावी तयांची त्याने
रक्तपिपासू हवस

ते वेडं फुलपाखरू
शहाणं जरासं व्हावं
सुरवंट होऊनिया
कोषात पुनश्च जावं

❖❖

अन्योक्ती

विदकन्या कसली
विषकन्या जणू ती
खोलता मुख कधी
ओकते गरळ ती

दंशला श्वान तिला
की श्वानवंशीच ती
गतागतावरी का
उगा भुंकते किती

गर्दभी परिटाची
जाणी स्वतःस रती
ललना अन्य जणू
अपरोक्ष त्या माती

बोलात दिसे तिच्या
कूपमंडूक वृत्ती
कस्पटासम मानी
माणुसकीची नाती

हरभऱ्याच्या चढे
उगा वृक्षावरती
मित्रधर्म पाळती
असहाय सोबती

अहं धरूनी चरे
अक्षरविश्वात ती
जाणती सारे तिला
किती ग म येती

दुखवावे कुणा ते
भाव माझे नसती
सांगा सुज्ञ हो जरा
जमली का अन्योक्ती

◆◆

घंटा

समजू नका कुणी मला
मंदिरातली ती घंटा
करणार नसलो जरी
तुमच्याशी मी तंटा

    कुणीही यावे कधी
    अन वाजवून जावे
    मी मात्र धन्यवादाचे
    नेहमी सूर आळवावे

करा विचार जरासा
माझ्याही भावनांचा
मनाच्या माझ्या त्या
काचेच्या तावदानांचा

    प्रहार दुःखदायी किती
    त्या शब्दांच्या दगडांचे
    लावू किती मुखवटे मी
    सांगा हसरे ते बेगडाचे

◆◆

मी आशयघन

का मी व्यक्त व्हावे
का मी मुक्त व्हावे
कुणासाठी बरे
शब्दयुक्त व्हावे

वर्षावे मेघाने
स्वतःच भिजावे
तृषार्त धरेने
मुख पसरावे

वाहत्या नदीने
वाहत राहावे
आपलेच पाणी
आपणच प्यावे

मी माझाच फक्त
कुणाचाही नव्हे
का मी कुणासाठी
कोषमुक्त व्हावे

ज्याला जसे हवे
समजून घ्यावे
आशयघन मी
अव्यक्त मरावे

◆◆

डोंबारीण

पाहिले काल डोंबारणीला
रस्त्यावर खेळ करताना
तोल नव्हता सावरत तरी
तारेवर उगाच चालताना
　　रोगट हडकुळा चेहरा तिचा
　　होता दिसत केविलवाणा
　　हात पसरून मागत होती
　　दयेचा सर्वांकडे गोटादाणा
मिशावाला तो यार बेवडा
तोडत होता ढोलाचा कणा
कोलांटी लावते मारायला
शेंबड्या बिचाऱ्या पोरांना
　　नकलची ती माकडे दोन
　　लटकली उलटी दोऱ्यांना
　　दात विचकटून दोन्हीही
　　भेडसावत होती साऱ्यांना
दात काढलेला साप निळा
काढत होता मोठाच फणा
रुसून तोही टोपलीत गेला
पुंगी बेसुरी तिची ऐकताना
　　भानामतीच्या खेळात ती
　　नाचवत होती बाहुल्यांना
　　आम्ही आलो घराला तेव्हा
　　पाहून लांब त्या सावल्यांना

❖❖

७४ । श्रावण शब्दसरी

कुणबीण

गुडघा गुडघा चिखलात रोवुनी पाय हो
शेतात राबते म्या कुणब्याची बाय हो

ध्याडभर वांगुडीस धनी माजा हाय हो
माज्याबिगर मन तेचा लागतच न्हाय हो

पावसामदी छप्पर होउनिया ठाय हो
मायेचा घास राया घालितो खाय हो

ताना माजा बाळ घरी खेळत हाय हो
सांबळते सासूबाई होउनि माय हो

न्हाना माजा दीर साळंमंदी जाय हो
शिकून तेला डाकतर व्हयाचं हाय हो

ननद माजी लाडी परी जणू हाय हो
राणी बनून मोट्या राजाची जाय हो

मावळला दिस लागला अंदार व्हाय हो
हंबरते रानात पाडसाची गाय हो

जावं म्याबी घरा बिगी करूनी घाय हो
भुकेजल्या बाळास द्याया हवं प्याय हो

◆◆

कॉलेज 9

हवी कशाला शाळा आम्हा
दुनिया एक 'कॉलेज'
नीट बघा हो उघडुनिया डोळे
मिळेल सर्व 'नॉलेज'

भिंती असती चार दिशा अन्
छत हे आभाळाचे
ये–जा अपुल्या मर्जीने तू
बंधन ना काळाचे

पहा जरा ती झाडे वेली
पशुपक्षी अन् वारे
डोंगर सागर सरिता सुमने
शिकवुनी जाती सारे

सूर्य चंद्र ग्रह उल्का तारे
अध्यापक उत्तम हे
कणाकणातुनि या विश्वाच्या
शिकवण भरली आहे

ज्ञान लुटावे हवे तेव्हढे
मरेतोवरी शिकणे
विनामूल्य ही सेवा येथे
करिते सुंदर जगणे

कॉलेज २

येऊनी जन्मासी ।
एक वेळ तरी ।।
चढावी पायरी ।
कॉलेजची ।।१।।

भले ना शिकावे ।
काही येथे जरी ।।
थोडीसी तू करी ।
रंगबाजी ।।२।।

डोईवरी ठेवी ।
झुलपे केसांची ।।
कोरावी मिशांची ।
तलवार ।।३।।

घोळका करून ।
उभे व्हरांड्यात ।।
चकाट्या पिटत ।
दिनभर ।।४।।

चालता सुंदर ।
कन्या सामोरुनि ।।
घाली शीळ कोणी ।
निलाजरा ।।५।।

येऊनिया येथे ।
जाण खरी दोस्ती ।।
करी भारी मस्ती ।
मित्रासंगे ।।६।।

जाती निघोनिया ।
वर्षे भराभर ।।
कुणा ना खबर ।
अभ्यासाची ।।७।।

ऐसे हे जीवन ।
जगू आनंदाने ।।
मिळो नशिबाने ।
पुन्हा कधी ।।८।।

श्रावण शब्दसरी । ७७

प्रेमाचा दाखला

धरा असावी तहानलेली
आणि मेघ बरसावा,
सूर्य असावा रणरणता
अन शीतल पवन यावा,

रात्र असावी अंधारी अन
एकदम चंद्र चमकावा,
गर्द वनात मी फसलेला
अचानक रस्ता मिळावा,

भक्त असावा त्रासलेला
अन देव समोर दिसावा,
अगदी तसाच तुझ्या
प्रेमाचा दाखला असावा !

उदात्त प्रेम

कळले नाही कधी
खरे प्रेम मला
भाळणे रूपाला की
वरणे मनाला

भजती प्रेमी सारे
बाह्य सौंदर्याला
पाहतो कधी कुणी
मनीच्या गुणाला

पहिल्या नजरेला
गुण का दिसला
पाहताक्षणी प्रेम
म्हणती कशाला

वासनेचा डोह तो
तुडुंब भरला
प्रेमीजन त्यामाजी
भिजवी तनाला

मीलनासाठी देह
सदा आसुसला
उदात्त प्रेमाचा तो
मिळे का दाखला

पूजे कुणी कामाला
कुणी त्या दामाला
प्रेमदेवता कधी
जातसे वामाला

सतावतो प्रश्न हा
माझिया मनाला
प्रेमाचे मोल कधी
कळले कोणाला

◆◆

श्रावण शब्दसरी । ७९

निर्णय

नव्हते वाटले तेव्हा
वादळ मोठे उठेल
दोन्ही घरात पुरता
वणवा असा पेटेल

निर्णय थोडा चुकला
तुलाही जरा वाटेल
जाऊ दे थोडासा वेळ
सांगणे माझे पटेल

मिठी माझी सदा तुला
कवचासारखी असेल
नको करू चिंता कधी
वाईट काही घडेल

काळासारखे औषध
दुसरे काही नसेल
खोल किती झाल्या तरी
जखमा साऱ्या भरेल

उठलेले हे वादळ
कधी स्वतःच शमेल
कालौघात निश्चितच
वणवाही तो विझेल

विश्वास ठेव मनात
आभाळही निवळेल
फूल एक फुलताच
पुन्हा सारे स्थिरावेल

तुझी आठवण येते

निद्रिस्त मनास जेव्हा
स्वप्नझुळुक उठविते
बेसावध त्याच क्षणी
तुझी आठवण येते

     ऊन कुपित भानूचे
     तनास कधी जाळते
     आकस्मिक ती वांछित
     शीतल छाया दिसते
     तुझी आठवण येते

मरुस्थली मी फिरता
तृषार्त मनही होते
सारून दूर मृगजळा
मरुद्यान अवतरते
तुझी आठवण येते

     फुलता वसंत सृष्टी
     प्रेमबीज अंकुरते
     मधुर स्वरात कोकिळा
     साद प्रियास घालते
     तुझी आठवण येते

◆◆

आठवेल का तुला कधी

आठवेल का तुला कधी
तो मोगरियाचा गजरा
माळिला तव वेणीत मी
चोरुनि सख्यांच्या नजरा

आठवेल का तुला कधी
तोचि गुलाब रक्तवर्णी
लेविता कुंतलि जाहला
रक्तिम त्यासवे चेहरा

आठवेल का तुला कधी
तेचि कंगन कांचनाचे
शोभिले मृणालकरी ते
की करास करी साजरा

आठवेल का तुला कधी
तो नुपुर घुंगुरमाळी
मंद रव ऐसा गुंजला
धुंदला ऐकुनि घागरा

आठवे मला अजूनही
सारे जे दिधले तुजला
आठवे सर्वदा मजला
मुखचंद्रमा तो लाजरा

स्मृतिपुष्प

उफाळून येतो तोच पुन्हा
अनाहूत माझा छंद जुना
किनाऱ्यावरी धुंडाळत मी
असे आपुल्या पाऊलखुणा

सवे चालता रेतीमधुनी
इथे छाप गेलो सोडुनिया
स्मृतिपुष्प का ती पादचिन्हे
तरंगात गेली वाहुनिया

अजूनी पाहतो वाट इथे
अकस्मात ती यावी फिरुनी
विचारात मी तेव्हा पडतो
किती ओंजळी घ्याव्या भरुनी

तटी सागराच्या मी बसता
मना विद्ध का जाती करुनी
तुझ्या संगती जे मी जगलो
सुखी क्षणांच्या त्या आठवणी

◆ ◆

स्वप्नांची नाव

ऐलतीरी आहे उजाड
तुझा वेदनेचा गाव
आसवांच्या सागरापल्याड
माझा सुखांचा गाव

सहिष्णुतेपलीकडे नाही
दुःखांची कधी धाव
आसवांत डुंबण्याचा आहे
का तुला उगाच चाव

तुला सुखी करण्याचा
सुखांना दे ना वाव
समजून न उमजण्याचा
नको आणूस आव

उघडून डोळे जाण जरा
माझ्या मनीचे भाव
तुझ्याचसाठी आहे उभी
माझी स्वप्नांची नाव

◆◆

८४ । श्रावण शब्दसरी

स्मारक

जिथे जिथे कधी तू
शूल रोवले होते
तिथे तिथे कल्पवृक्षाचे
रोप उगले होते

जिथे कधी वाटेत माझे
रुधिर सांडले होते
रक्तबीजासारखे तिथे लाल
गुलाब फुलले होते

कधी जिथे माझे काही
अश्रू वाहिले होते
गंगा यमुनांचे गहरे तिथे
डोह भरले होते

जिथे तुझ्या द्वेषाने कधी
माझे जग जळले होते
अजुनी माझ्या प्रेमाचे तिथे
स्मारक उरले होते

◆ ◆

तुझं अस्तित्व

प्रतीक्षारत तुझे ते डोळे
फिरती माझ्या आसपास
भिडतात माझ्या पाठीला
तुझे गरम गरम श्वास

दरवळतो अजुनी नासिकेत
तुझाच सुखद सुवास
सावलीत माझ्या मलाच
होतात तुझेच भास

गुंजतो कानी तुझाच तो
मंजुळ आवाज खास
असतो माझ्या मनी सदा
तुझ्याच आठवणींचा वास

सारे नकळत सांगतात
तुझ्या मूक अस्तित्वास
शपथ मोडून यावे तू
एव्हढीच माझी आस

८६ । श्रावण शब्दसरी

बिहाग

एकटा कधी बसू नये म्हणतो
पण एकांत थोडाच सोडतो?
नको म्हणता म्हणता उगाच
आठवणींचं वारं वाहू लागतं
आणि आयुष्याचं पुस्तक मग
एक एक पान उलगडू लागतं
भेटून जातात सगळे मग...
हळूहळू एकेक जण येऊन
त्यांच्यासोबत घालवलेल्या
त्या क्षणांची ओळख घेऊन ...
ते झाड, ती नदी, ते देऊळ
ती बाग, ती फुलं नि बाक
अजूनही येतात बिचारे ते
जरी दूर गेलंय काळाचं चाक
सरता सरत नाहीत भेटी नि
त्यातच कुणी बिहाग गाऊ लागते
आणि एका थेंबाच्या भाराने
पापणी उगाच जड होऊ लागते!

◆◆

श्रावण शब्दसरी । ८७

बहुरूपी आठवणी

आठवण तुझी रोज
एक नवे रूप घेते
आठवात येता माझ्या
जाणे विसरून जाते

कधी कान्हाची बासुरी
कधी मोरपीस होते
भावमग्न मीरा कधी
प्रेमवेडी राधा होते

चैतन्याची उषा कधी
उदासीन संध्या होते
निरांजनी निशा जणू
वात होऊन जळते

मेघ होऊनिया कधी
अशी बरसून जाते
कधी आर्त चातकाचा
जीव घेऊनिया जाते

तृष्णा सागराची कधी
संतोषी माझीच होते
कोण्या रूपात येऊनि
मनी सदा ती वसते!

अनोळखी

एक चांदणी अंबरातुनी
निरखून पाहते रोज मला
मात्र भासवी स्वमग्न आहे
ज्ञात तिला ही अनोखी कला

साथ चाललो कैक पथावर
म्हणे जाणते ना ती मजला
वक्षस्थळावर शिर ठेवुनी
सांग विराम न कधी घेतला

दावी आता जणू जगाला
साजन हा ना नयनी सजला
कोणी दिधला आधार तिला
पायी जेव्हा काटा रुतला

अधर गुलाबी देतील साक्ष
उष्ण माझिया त्या श्वासाला
पुसा मित्र हो मोगरियाच्या
बेभान आज त्या वासाला

जतनी माझ्या केश रेशमी
बिलगले कधी जे वस्त्राला
शब्द शब्द तो स्मरे अजूनी
जपले हरेक त्या पत्राला

सांग जगाला अनोळखी मी
विषाद नाही कधीच मजला
विरहात तिच्या लिहीन मीही
वेदनाभऱ्या काही गझला

अश्रू माझ्या ओळखीचाच
लावीन तिला गाळायाला
झोंबेल तिच्या नयनी जेव्हा
धूर चितेच्या धुमाऱ्यातला

◆◆

नेसी मज तू वरुनी

शुक्रचांदणी मी मृगनयनी
सिंहकटी हो नार मी तरणी
तुझ्या मनीच्या मऊ कोंदणी
सजले मी रे जशी हिरकणी
राजसा, नेसी मज तू वरुनी

चाल जशी ती वनीची हरणी
बघती सारे मान वळवुनी
तुझ्याचसाठी सख्या घरूनी
आले आज मी शिनगारूनी
राजसा, नेसी मज तू वरुनी

गाली दिसती गुलाब फुलुनी
छुपे चंद्रमा नभात लजुनी
पायी पैंजण करी रुणझुणी
वाजे कंगण किनकिन करुनी
राजसा, नेसी मज तू वरुनी

आज सख्या ही तुझीच सजणी
रंगी तुझिया गेले रंगुनी
नको छळू रे वाट तू धरुनी
करू किती रे मी मनधरणी
राजसा, नेसी मज तू वरुनी

कशी राहावी तुजवीण राणी
राजा एकच तू मज जीवनी
ये सत्वर तू वऱ्हाड घेउनी
ने मजला रे घोड्यावरुनी
राजसा, नेसी मज तू वरुनी

दुसरं प्रेम

अवचित माझे हृदय भंगले
कळले न काय माझे चुकले
प्रेम पहिलेच का हे सरले
नयनी अश्रू माझ्या झरले

ठेच लागता डोळे खुलले
पुन्हा नको, मी कानच धरले
हळूहळू हे मन सावरले
जगण्याचे मी मार्ग बदलले

जाणे कैसे नवल जाहले
लोचन माझे त्यांसी भिडले
भळभळणाऱ्या जखमांवरती
नव्या प्रीतिचे मलम लागले

म्हटले कोणी एकच असते
प्रेम दुजेही मला भावले
रुसणे फुगणे, पुन्हा भांडणे
खेळ नव्याने सुरू जाहले

◆◆

९२ । श्रावण शब्दसरी

सांग राधे

ओळखलं का राधे मला
तुझा मी काळा गोपाळा
जसा दिसतो तुला मी
अगदी तसाच लोळागोळा

म्हणसी मज चोर पक्का
पाहिले का तुझ्या डोळां
देखिलाही नाही तुझा मी
जवासम लोण्याचा गोळा

वृथा लावुनी दोष मजला
जनास केले तूच गोळा
उठविली मुद्रा अभद्र ती
जगज्जेत्या याच भाळा

सांग कधी केला तुजसी
मर्यादाहीन काही चाळा
शब्दखुणांवरी तुझिया
ताण बासुरीच्या गळा

टाळली मी वाट तीही
कळताच तुझी 'शाळा'
तरी घालिसी मजला
अपशब्दांच्या का माळा

सांग जावे का मी राधे
सोडूनी तुझ्या गोकुळा
कशा जनी कलहाचे हे
रंग उभयता उधळा

◆◆

श्रावण शब्दसरी । ९३

पिरेम

पिरेम न्हाय बा करायचं कुणावर
नाचा कशा माकडावानी खुणावर
वंगाळ परनाम व्हतोया मनावर
माणसाचं व्हतंया मुकं जनावर

रातीचा दिस नि दिसाची रात
डोळं लावायचं उगाच वाटेवर
झोपेचं नुसतं खोबरं करायचं
उलथं पालथं व्हयाचं खाटेवर

एकटं एकटं फिरत न्हायाचं
चित्तच न्हाय कधी थाऱ्यावर
बोललं कुणी जर उगीच वाईच
गायी येत्याती लगेच पाण्यावर

असलं झेंगाट कशाला पाजयेल
इस्वास न्हाय बा माझा तेच्यावर
खाऊन पिऊन मजेत न्हायाचं
उदार कशाला व्हयाचं जिवावर

◆◆

९४ । श्रावण शब्दसरी

धमकी नका देऊ सवतीची

गुन्हा माझा झाला असा काय
गेला निघून आपटूनी पाय
गेलं दिस नि म्हैनंबी गेलं
रानी रागात मुक्काम केलं
सोडा राग नि धरा वाट परतीची
मला धमकी नका देऊ सवतीची
धनी, धमकी नका देऊ सवतीची

नवरी घेऊन आला हो घरा
दोन खोल्या अन् मानसं तेरा
तुमच्या चित्ताला नाही थारा
म्हटलं जराशीच सबुरी धरा
जवा तवा माझ्याशी लगटच करता
धरा लाज तुमी अवती भवतीची
मला धमकी नका देऊ सवतीची
धनी, धमकी नका देऊ सवतीची

लाडे लाडे लाडाला आला
अन् थोडासा घोटाळा झाला
म्हटलं चला जरा आडोशाला
म्हाताऱ्यानं तमाशा पाहिला
म्होरं कसं आता जायचं सांगा
गेली आबरू नव्या या नवतीची
मला धमकी नका देऊ सवतीची
धनी, धमकी नका देऊ सवतीची

श्रावण शब्दसरी । ९५

खोली बांधून घ्यावी हो नवीन
विच्छा साऱ्याच पुऱ्या मी करीन
पाया तुमच्या आता मी धरीन
रात दिसाची सेवा हो करीन
बिगिनं यावं आता घरी साजना
शपथ तुमाला माझ्या हो पिरतीची
मला धमकी नका देऊ सवतीची
धनी, धमकी नका देऊ सवतीची

www.ingramcontent.com/pod-product-compliance
Lightning Source LLC
LaVergne TN
LVHW090005230825
819400LV00031B/547
* 9 7 8 9 3 8 2 9 8 8 7 4 8 *